A-DI-ĐÀ KINH

PHẬT-HỌC

THƠ XÁ

ĐOÀN-TRUNG-CÒN

A-DI-ĐÀ
KINH

Có cả bản CHỮ NHO, bản âm QUỐC-NGỮ
với bản dịch QUỐC-VĂN

In lần đầu   1941

GIÁ 0$25

LỜI DẶN
Về sự thọ trì kinh nầy

Kinh A-DI-ĐÀ là một quyển kinh do đức Phật-tổ thuyết-pháp. Tuy là ít, văn, chớ thọ trì có công thì cũng cầm bằng thọ trì tất cả các Pháp. Kinh nầy rất có công-ích đối với người xuất-gia và tại-gia. Từ xưa đến nay, biết bao vị nhờ thọ trì mà thoát khỏi các sự tham, sân, si, thoát khỏi các sự chướng ngại, phiền khổ, đắc tâm an-tịnh và hưởng sự khoái-lạc nơi cõi Tịnh-độ.

Qui ngài tụng quyển A-DI-ĐÀ kinh âm Quốc-ngữ, muốn học thêm chữ Nho thì dò theo bản chữ Nho kế tiếp cho thuộc mặt chữ thì sau sẽ biết đọc qua các kinh. Và qui ngài nên coi bản dịch quốc-văn phía sau hết để cho hiểu nghĩa.

Cái đại-ý của sự trì tụng kinh A-Di-Đà là nên niệm tưởng đức A-DI-ĐÀ, để lòng tin nơi sự cứu-độ của ngài. Nếu tin tưởng trọn nơi ngài thì đặng giải-thoát chẳng sai.

1· Vậy nên ai tụng qua, rồi mỗi ngày để riêng một vài thời nhứt định mà trì tụng vừa tưởng đến lòng Đại-bi tế độ của đức A-DI-ĐÀ, thì quí lắm.

2· Hay là đọc tụng cho hiểu cái đại-ý của kinh A-DI-ĐÀ, bèn trì chuổi niệm Nam-mô A-DI-ĐÀ Phật. (Nam-mô nghĩa là : Tôi tôn kính và vâng theo đức A-DI-ĐÀ Phật), mỗi ngày niệm một vài thời, hay bất cứ lúc nào trong các sự ăn, uống, đi, đứng, ngồi, nằm, cũng trì niệm hết thì càng hay.

3· Còn đến đều thứ ba, sau khi tụng kinh A-DI-ĐÀ cho hiểu nghĩa, nếu chẳng tiện trì chuổi thì nên thường niệm nơi tâm câu Lục-tự anh linh ấy, niệm một cách chơn-thành và tưởng đến đức A-DI-ĐÀ với sự Trọn Lành của ngài, thì cũng đắc được Phật-tâm chớ chẳng không.

Ba cái phương-tiện ấy tuy là ba chớ vẫn một, công-đức đều bằng nhau, vô-lượng vô-biên !

Chúng-ta ở vào cái thời-kỳ cách xa Phật và ở vào một quốc-độ nơi ấy con người khó bề luyện đạo mà thành, vậy nên hãy tin tưởng vào sự cứu độ của đức Phật.

Soạn-giả cẩn bạch.

A-DI-ĐÀ KINH

HƯƠNG TÁN

Lư hương sạ nhiệt, pháp giái mòng huân, Liên-trì hải hội tất dao văn, tùy xứ kiết tường vân, thành-ý phương ẩn, chư Phật hiện toàn thân.

Nam-mô Hương-vân-Cái Bỏ-tát Ma-ha-tát!

(tam xưng)

Nam-mô-Liên-trì hải-hội Phật, Bỏ-tát!

(tam xưng)

∴

KHAI KINH KỆ

Vô-thượng thậm thâm vi diệu Pháp.

Bá thiên vạn Kiếp nan tao ngộ.

Ngã kim kiến văn đắc thọ trì.

Nguyện giãi Như lai chơn thiệt nghĩa.

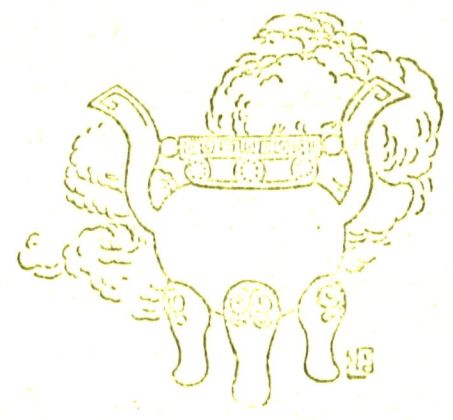

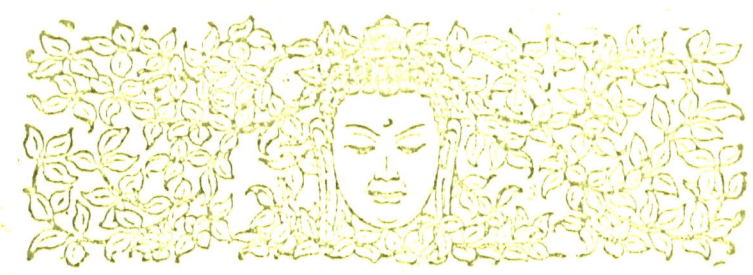

A - DI - ĐÀ KINH.

Giao-Tần Tam-Tạng Pháp-sư Cưu-Ma-La-Thập dịch.

Như thị ngã văn :

Nhứt thời, Phật tại Xá-Vệ quốc, Kỳ-thọ, Cấp-Cô-Độc viên, dữ đại Ti-kheo Tăng, thiên nhị bá ngũ thập nhơn cu. Giai thị đại A-la-hán, chúng sở tri-thức: Trưởng-lão Xá-Lị-Phất, Ma-ha Mục-Kiện-Liền, Ma-ha Ca-Diếp, Ma-ha Ca-Chiên-Diên, Ma-ha Cu-Hy-La, Ly-Bà-Đa, Châu-Lị-Bàn-Đà-Dà, Nan-Đà, A-Nan-Đà, La-Hầu-La, Kiều-Phạm-Ba-Đề, Tân-Đầu-Lư-Phả-La-Đọa, Ca-Lưu-Đà-Di, Ma-ha Kiếp-Tân-Na, Bạc-Câu-La, A-Nâu-Lâu-Đà, như thị đẳng, chư đại đệ-tử;

Tinh chư Bồ-tát Ma-ha-tát: Văn-Thù-Sư-Lị Pháp-vương-tử, A-Dật-Đa Bồ-tát, Càn-Đà-Ha-Đề Bồ-tát, Thường-Tinh-Tấn Bồ-tát, dữ như thị đẳng chư đại Bồ-tát;

Cập Thích-Đề-Hườn nhơn đẳng, vô-lượng chư Thiên đại-chúng cu.

Nhĩ thời, Phật cáo Trưởng-lão Xá-Lị-Phất: Tùng thị Tây-Phương quá thập vạn ức Phật-độ, hữu-thế-giới danh viết Cực-Lạc. Kỳ độ hữu Phật, hiệu A-Di-Đà, kim hiện tại thuyết-pháp.

Xá-Lị-Phất, bỉ độ hà cố, danh vị Cực-Lạc ? Kỳ quốc chúng-sanh, vô hữu chúng-khổ, đản thọ chư lạc, cố danh Cực-Lạc.

Hựu-Xá-Lị-Phất, Cực-Lạc quốc-độ thất, trùng lan thuẫn, thất trùng la-võng, thất trùng hàng thọ, giai thị

tứ bảo, châu tráp vi-nhiễu, thị cố bỉ quốc, danh vi
Cực-Lạc.

Hựu Xá-Lị-Phất, Cực-Lạc quốc-độ, hữu thất-bảo
trì, bát công-đức thủy, sung mãn kỳ trung; trì để
thuần dĩ kim sa bố địa; tứ biên giai đạo, kim, ngân,
lưu-ly, pha-lê hiệp thành. Thượng hữu lầu-các, diệc
dĩ kim, ngân, lưu-ly, pha-lê, xa-cừ, xích-châu, mã-não,
nhi nghiêm sức chi. Trì trung liên-hoa, đại như xa
luân: thanh sắc thanh quang, huỳnh sắc huỳnh quang,
xích sắc xích quang, bạch sắc bạch quang, vi-diệu hương khiết.

Xá-Lị-Phất, Cực-Lạc quốc-độ, thành tựu như thị công-đức trang nghiêm.

Hựu Xá-Lị-Phất, bỉ Phật quốc-độ, thường tác thiên nhạc. Huỳnh kim vi địa. Trú dạ lục thời, vũ thiên Mạn-đà-la hoa. Kỳ độ chúng-sanh, thường dĩ thanh đán, các dĩ y cắt, thành chúng diệu hoa, cúng-dường tha phương thập vạn ức Phật; tức dĩ thực thời, huờn đáo bổn-quốc, phạn thực kinh hành.

Xá-Lị-Phất, Cực-Lạc quốc-độ thành tựu như thị công-đức trang-nghiêm.

Phục thứ Xá-Lị-Phất, bỉ quốc thường hữu chủng chủng kỳ diệu tạp sắc chi điểu : bạch-hạc, khổng-tước, anh-võ, xá-lị, ca-lăng-tần dà, cọng-mạng chi điểu. Thị chư chúng điểu, trú dạ lục thời xuất hòa-nhã âm. Kỳ âm diễn xướng ngũ căn, ngũ lực, thất Bồ-đề phận, bát thánh-đạo phận, như thị đẳng pháp. Kỳ độ chúng-sanh, văn thị âm dĩ, giai tất niệm Phật, niệm Pháp, niệm Tăng.

Xá-Lị-Phất, nhữ vật vị thử điểu thiệt thị tội báo sở sanh. Sở dĩ giả hà ? Bỉ Phật quốc-độ, vô tam ác đạo.

Xá-Lị-Phất, kỳ Phật quốc-độ, thượng vô ác đạo chi danh, hà huống hữu thiệt. Thị chư chúng điểu, giai thị A-Di-Đà Phật dục linh pháp-âm tuyên lưu, biến hóa sở tác.

Xá-Lị-Phất, bỉ Phật quốc-độ, vi phong xuy động chư bảo hàng thọ, cập bảo la-võng xuất vi-diệu âm, thí như bá thiên chủng nhạc, đồng thời cu tác. Văn thị âm giả, tự nhiên giai sanh niệm Phật, niệm Pháp, niệm Tăng chi tâm.

Xá-Lị-Phất, kỳ Phật quốc-độ, thành-tựu như thị công-đức trang-nghiêm.

Xá-Lị-Phất, ư nhữ ý vân hà, bỉ Phật hà cố hiệu A-Di-Đà ?

Xá-Lị-Phất, bỉ Phật quang-minh vô-lượng, chiếu thập-phương quốc, vô sở chướng ngại, thị cố hiệu vi A-Di-Đà.

Hựu Xá-Lị-Phất, bỉ Phật thọ mạng, cập kỳ nhơn dân, vô-lượng vô-biên A-tăng-kỳ Kiếp, cố danh A-Di-Đà.

Xá-Lị-Phất, A-Di-Đà Phật, thành Phật dĩ lai, ư kim thập Kiếp.

Hựu Xá-Lị-Phất, bỉ Phật hữu vô-lượng vô-biên Thinh-văn đệ-tử, giai A-la-hán, phi thị toán số chi sở năng tri ; chư Bồ-tát chúng, diệc phục như thị.

Xá-Lị-Phất, bỉ Phật quốc-độ, thành-tựu như thị công-đức trang-nghiêm.

Hựu Xá-Lị-Phất, Cực-Lạc quốc-độ, chúng-sanh sanh giả, giai thị A-bệ-bạt-trí. Kỳ trung đa hữu nhứt sanh bổ xứ. Kỳ số thậm đa, phi thị toán số, sở năng tri chi ; đản khả dĩ vô-lượng vô-biên, A-tăng-kỳ thuyết.

Xá-Lị-Phất, chúng-sanh văn giả, ưng dương phát nguyện, nguyện sanh bỉ quốc.

Sở dĩ giả hà, đắc dữ như thị chư thượng thiện-nhơn cu hội nhứt xứ ?

Xá-Lị-Phất, bất khả dĩ thiểu thiện-căn phước-đức nhơn-duyên đắc sanh bỉ-quốc.

Xá-Lị-Phất, nhược hữu thiện-nam-tử, thiện-nữ-nhơn, văn thuyết A-Di-Đà Phật, chấp trì danh hiệu, nhược nhứt nhựt, nhược nhị nhựt, nhược tam nhựt, nhược tứ nhựt, nhược ngũ nhựt, nhược lục nhựt, nhược thất nhựt, nhứt tâm bất loạn, chuyên trì danh hiệu, dĩ xưng danh cố, chư tội tiêu diệt, tức thị đa thiện-căn phước-đức nhơn-duyên, kỳ nhơn lâm mạng-chung thời, A-Di-Đà Phật dữ chư Thánh-chúng hiện tại kỳ tiền. Thị nhơn chung thời, tâm bất diên đảo, tức đắc vãng-sanh A-Di-Đà Phật Cực-Lạc quốc-độ.

Xá-Lị-Phất, ngã kiến thị lợi, cố thuyết thử ngôn. Nhược hữu chúng-sanh văn thị thuyết giả, ưng dương phát nguyện, sanh bỉ quốc-độ.

Xá-Lị-Phất, như ngã kim giả tán thán A-Di-Đà Phật bất-khả tư-nghị công-đức chi lợi,

Đông-phương diệc hữu A-Súc-Bệ Phật, Tu-Di-Tướng Phật, Đại-Tu-Di Phật, Tu-Di-Quang Phật, Diệu-Âm Phật; như thị đẳng Hằng-hà sa số chư Phật, các ư kỳ quốc, xuất quảng trường thiệt tướng, biến phú Tam-thiên Đại-thiên thế-giới, thuyết thành thiệt ngôn: Nhữ đẳng chúng-sanh dương tín thị xưng tán bất khả tư-nghị công-đức, Nhứt Thiết Chư Phật Sở Hộ-Niệm Kinh;

Xá-Lị-Phất, Nam-phương thế-giới, hữu Nhựt-Nguyệt-Đăng Phật, Danh-Văn-Quang Phật, Đại-Diệm-Kiên Phật, Tu-Di-Đăng Phật, Vô-Lượng-Tinh-Tấn Phật; như thị đẳng Hằng-hà sa số chư Phật, các ư kỳ quốc, xuất quảng trường thiệt tướng, biến phú Tam-thiên Đại-thiên thế-giới, thuyết thành thiệt ngôn: Nhữ đẳng chúng-sanh dương tín thị xưng tán bất khả tư-nghị công-đức, Nhứt Thiết Chư Phật Sở Hộ-Niệm Kinh;

Xá-Lị-Phất, Tây-phương thế-giới, hữu Vô-Lượng-Thọ Phật, Vô-Lượng-Tướng Phật, Vô-Lượng-Tràng Phật, Đại-Quang Phật, Đại-Minh Phật, Bảo-Tướng Phật, Tịnh-Quang Phật; như thị đẳng Hằng-hà sa số chư Phật, các ư kỳ quốc, xuất quảng trường thiệt tướng, biến phú Tam-thiên Đại-thiên thế-giới, thuyết thành thiệt ngôn: Nhữ đẳng chúng-sanh dương tín thị xưng tán bất khả tư-nghị công-đức, Nhứt Thiết Chư Phật Sở Hộ-Niệm Kinh;

Xá-Lị-Phất, Bắc-phương thế-giới, hữu Diệm-Kiên Phật, Tối-Thắng Âm Phật, Nan-Trở Phật, Nhựt-Sanh Phật, Võng-Minh Phật; như thị đẳng Hằng-hà sa số chư Phật, các ư kỳ quốc, xuất quảng trường thiệt tướng, biến phú Tam-thiên Đại-thiên thế-giới, thuyết thành thiệt ngôn : Nhữ đẳng chúng-sanh dương tín thị xưng tán bất khả tư-nghị công-đức, Nhứt Thiết Chư Phật Sở Hộ Niệm Kinh ;

Xá-Lị-Phất, Hạ-phương thế-giới, hữu Sư-Tử Phật, Danh-Văn Phật, Danh-Quang Phật, Đạt-Mạ Phật, Pháp-Tràng Phật, Trì-Pháp Phật ; như thị đẳng Hằng-hà sa số chư Phật, các ư kỷ quốc, xuất quảng trường thiệt tướng, biến phú Tam-thiên Đại-thiên thế-giới, thuyết thành thiệt ngôn : Nhữ đẳng chúng-sanh dương tín thị xưng tán bất khả tư-nghị công-đức, Nhứt Thiết Chư Phật Sở Hộ Niệm Kinh ;

Xá-Lị-Phất, Thượng-phương thế-giới, hữu Phạm-Âm Phật, Tú-Vương Phật, Hương-Thượng Phật, Hương-Quang Phật, Đại-Diệm-Kiên Phật, Tạp-Sắc, Bảo-Hoa-Nghiêm-Thân Phật, Ta-La-Thọ-Vương Phật, Bảo-Hoa-Đức Phật, Kiến-Nhứt-Thiết-Nghĩa Phật, Như-Tu-Di-Sơn Phật ; như thị đẳng Hằng-hà sa số chư Phật, các ư kỷ quốc, xuất quảng trường thiệt tướng, biến phú Tam-thiên Đại-thiên thế-giới, thuyết thành thiệt ngôn : Nhữ đẳng chúng-sanh, dương tín thị xưng tán bất khả tư-nghị-công-đức, Nhứt Thiết Chư Phật Sở Hộ Niệm Kinh ;

Xá-Lị-Phất, ư nhữ ý vân hà ? Hà cố danh vi Nhứt-Thiết Chư Phật Sở Hộ Niệm kinh ?

Xá-Lị-Phất, nhược hữu thiện-nam-tử, thiện-nữ-nhơn văn thị kinh, thọ trì giả, cập văn chư Phật danh giả, thị chư thiện-nam-tử, thiện-nữ-nhơn giai vi nhứt thiết chư Phật chi sở hộ niệm, giai đắc bất thối-chuyển ư A-Nậu-Đa-La Tam-Miệu-Tam-Bồ-Đề. Thị cố, Xá-Lị-Phất, nhữ đẳng giai dương tín thọ ngã ngữ cập chư Phật sở thuyết.

Xá-Lị-Phất, nhược hữu nhơn dĩ phát nguyện, kim phát nguyện, dương phát nguyện, dục sanh A-Di-Đà Phật quốc giả, thị chư nhơn dẳng, giai đắc bất thối-chuyển ư A-Nậu-Đa-La Tam-Miệu-Tam-Bồ-Đề; ư bỉ quốc-độ, nhược dĩ sanh, nhược kim sanh, nhược dương sanh. Thị cố, Xá-Lị-Phất, chư thiện-nam-tử, thiện-nữ-nhơn, nhược hữu tín giả, ưng dương phát nguyện sanh bỉ quốc-độ.

Xá-Lị-Phất, như ngã kim giả, xưng tán chư Phật bất khả tư-nghị công-đức; bỉ chư Phật dẳng diệc xưng tán ngã bất-khả tư-nghị công-đức, nhi tác thị ngôn: « Thích-Ca-Mưu-Ni Thật, năng vi thậm nan hi hữu chi sự, năng ư Ta-bà quốc-độ ngũ-trược ác-thế: Kiếp trược, kiến trược, phiền-não trược, chúng-sanh trược, mạng trược trung, đắc A Nậu-Đa-La Tam-Miệu Tam-Bồ-Đề, vị chư chúng-sanh, thuyết thị nhứt-thiết thế-gian nan tín chi pháp. »

Xá-Lị-Phất, dương tri, ngã ư ngũ-trược ác-thế, hành thử nan sự, đắc A-Nậu-Đa-La Tam-Miệu Tam-Bồ-Đề, vị nhứt thiết thế-gian, thuyết thử nan tín chi pháp, thị vi thậm nan.

Phật thuyết thử kinh dĩ, Xá-Lị-Phất cập chư Ti-kheo, nhứt thiết thế-gian, Thiên, Nhơn, A-tu-la dẳng văn Phật sở thuyết, hoan hỉ tín thọ, tác lễ nhi khứ.

A-DI-ĐÀ KINH CHUNG.

VÃNG SANH QUYẾT ĐỊNH CHƠN-NGÔN

Nam-mô A-di-đa-bà dạ chiếc, tha dà đá, dạ chiếc trại, dạ tha A-di-lý, đồ bà tì, A-di-lý chiếc, tất đam bà tì, A-di-lý chiếc, tì ca lan đế, A-di-lý chiếc, tì ca lan chiếc, dà di nị, dà dà na, chỉ đa ca lệ, ta-bà-ha.

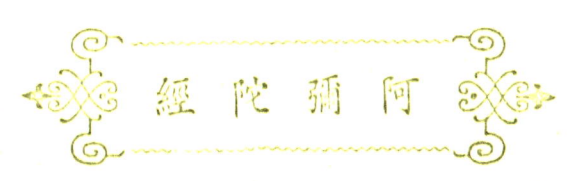

阿彌陀經

香　讚

爐香乍爇，法界蒙薰，蓮池海會悉遙聞，隨處結祥雲，誠意方慇，諸佛現全身。

南無香雲蓋菩薩摩訶薩　三稱

南無蓮池海會佛，菩薩　三稱

開經偈

無上甚深微妙法，　百千萬劫難遭遇，

我今見聞得受持，　願解如來真實義。

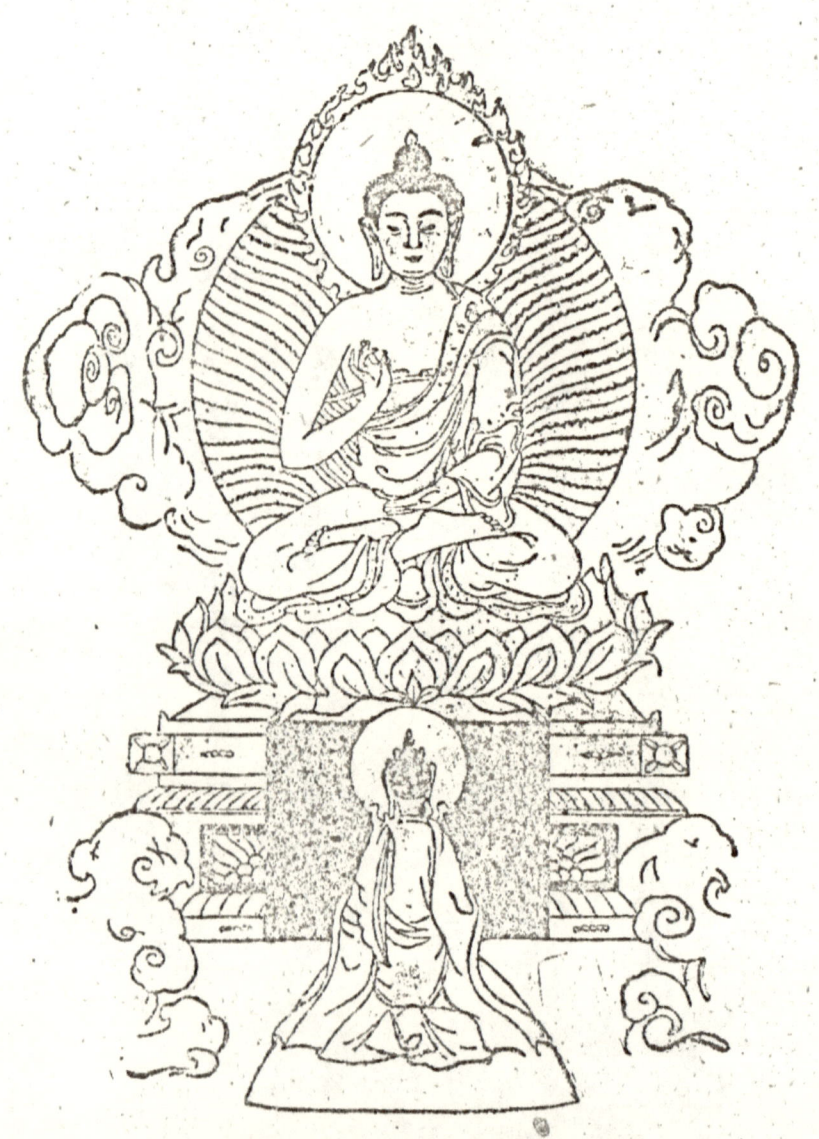

NAM-MÔ A-DI-ĐÀ PHẬT !

（阿）（彌）（陀）（經）

姚秦三藏法師鳩摩羅什譯

如是我聞：一時，佛在舍衛國，祇樹，給孤獨園，與大比丘

僧，千二百五十人俱，皆是大阿羅漢，眾所知識：長老舍利

弗，摩訶目犍連，摩訶迦葉，摩訶迦旃延，摩訶俱絺羅，離

婆多，周利槃陀伽，難陀，阿難陀，羅睺羅，憍梵波提，賓頭

盧頗羅墮，迦留陀夷，摩訶劫賓那，薄拘羅，阿㝹樓馱，如

是等諸大弟子，并諸菩薩摩訶薩：文殊師利法王子，阿逸

多菩薩，乾陀訶提菩薩，常精進菩薩，與如是等諸大菩薩，

及釋提桓因等，無量諸天大眾俱。爾時，佛告長老舍利弗：

從是西方過十萬億佛土，有世界名曰極樂，其土有佛，號

阿彌陀，今現在說法。舍利弗，彼土何故，名為極樂？其國

眾生，無有眾苦，但受諸樂，故名極樂。又舍利弗，極樂國

土，七重欄楯，七重羅網，七重行樹，皆是四寶，周匝圍繞，是故彼國，名爲極樂。又舍利弗，極樂國土，有七寶池，八功德水，充滿其中；池底純以金沙布地；四邊階道，金，銀，琉璃，玻瓈合成。上有樓閣，亦以金，銀，琉璃，玻瓈，硨磲，赤珠，瑪瑙而嚴飾之。池中蓮花，大如車輪；青色青光，黃色黃光，赤色赤光，白色白光，微妙香潔。舍利弗，極樂國土，成就如是功德莊嚴。又舍利弗，彼佛國土，常作天樂。黃金爲地，晝夜六時，雨天曼陀羅華。其土衆生，常以清旦，各以衣裓，盛衆妙華，供養他方十萬億佛；即以食時，還到本國，飯食經行。舍利弗，極樂國土，成就如是功德莊嚴。復次舍利弗，彼國常有種種奇妙雜色之鳥：白鶴，孔雀，鸚鵡，舍利，迦陵頻伽，共命之鳥。是諸衆鳥，晝夜六時出和雅音。其音演暢五根，五力，七菩提分，八聖道分，如是等法。其土衆生，聞是音已，皆悉念佛、念法、念僧。舍利弗，汝勿謂此鳥實是罪報所生。所以者何？彼佛國土，無三惡道。舍利弗，其佛國土，尚無惡道之名，何況有實。是諸眾鳥，皆是阿彌陀佛欲令法音宣流，變化所作。舍利弗，彼佛國土，微風吹動諸寶行樹，及寶羅網出微妙音，譬如百千種樂，同時俱作。聞是音者，自然皆生念佛、念法、念僧之心。舍利弗，其佛國土，成就如是功德莊嚴。舍利弗，於汝意云何，彼佛何故號阿彌陀？舍利弗，彼佛光明無量，照十方國，無所障礙，是故號為阿彌陀。又舍利弗，彼佛壽命，及其人民無量無邊阿僧祇劫，故名阿彌陀。舍利弗，阿彌陀佛，成佛已來，於今十劫。又舍利弗，彼佛有無量無邊聲聞弟子，皆阿羅漢，非是算數之所能知。諸菩薩眾，亦復如是。舍利弗，彼佛國土，成就如是功德莊嚴。又舍利弗，極樂國土，眾生生者，皆是阿鞞跋致，其中多有一生補處，其數甚多，非是算數，所能知之；但可以無量無邊，阿僧祇說。舍利弗，眾生聞者，應當發願，願生彼國，所以者何，得與如是諸上善人俱會一處。舍利弗，不可以少善根福德因緣得生彼國。舍利弗，若有善男子，善女人，聞說阿彌陀佛，執持名號，若一日，若二日，若三日，若四日，若五日，若六日，若七日，一心不亂，專持名號，以稱名故，諸罪消滅，即是多善根福德因緣，其人臨命終時，阿彌陀佛與諸聖眾現在其前。是人終時，心不顛倒，即得往生阿彌陀佛極樂國土。舍利弗，我見是利，故說此言。若有眾生聞是說者，應當發願，生彼國土。舍利弗，如我今者讚歎阿彌陀佛不可思議功德之利。東方亦有阿閦鞞佛，須彌相佛，大須彌佛，須彌光佛，妙音佛；如是等恆河沙數諸佛，各於其國，出廣長舌相，遍覆三千大千世界，說成實言：

汝等眾生當信是稱讚不可思議功德、一切諸佛所護念經。舍利弗，南方世界，有日月燈佛，名聞光佛，大燄肩佛，須彌燈佛，無量精進佛：如是等恆河沙數諸佛，各於其國，出廣長舌相，遍覆三千大千世界，說誠實言：汝等眾生當信是稱讚不可思議功德，一切諸佛所護念經。舍利弗，西方世界，有無量壽佛，無量相佛，無量幢佛，大光佛，大明佛，寶相佛，淨光佛：如是等恆河沙數諸佛，各於其國，出廣長舌相，遍覆三千大千世界，說誠實言：汝等眾生當信是稱讚不可思議功德，一切諸佛所護念經。舍利弗，北方世界，有燄肩佛，最勝音佛，難沮佛，日生佛，網明佛：如是等恆河沙數諸佛，各於其國，出廣長舌相，遍覆三千大千世界，說成實言：汝等眾生當信是稱讚不可思議功德，一切諸佛所護念經。舍利弗，下方世界，有師子佛，名聞佛，名光佛，達摩佛，法幢佛，持法佛：如是等恆河沙數諸佛，各於其國，出廣長舌相，遍覆三千大千世界，說誠實言：汝等眾生當信是稱讚不可思議功德，一切諸佛所護念經。舍利弗，上方世界，有梵音佛，宿王佛，香上佛，香光佛，大燄肩佛，雜色寶華嚴身佛，娑羅樹王佛，寶華德佛，見一切義佛，如須彌山佛；如是等恆河沙數諸佛，各於其國，出廣長舌相，遍覆三千大千世界，說誠實言：汝等眾生，當信是稱讚不可思議功德，一切諸佛所護念經。舍利弗，於汝意云何？何故名為一切諸佛所護念經？舍利弗，若有善男子，善女人，聞是經，受特者，及聞諸佛名者，是諸善男子，善女人皆為一切諸佛之所護念，皆得不退轉於阿耨多羅三藐三菩提。是故，舍利弗，汝等皆當信受我語及諸佛所說。舍利弗，若有人已發願，今發願，當發願，欲生阿彌陀佛國者，是諸人等，皆得不退轉於阿耨多羅三藐三菩提：於彼國土，若已生、若今生、若當生，是故舍利弗、諸善男子、善女人，若有信者，應當發願生彼國土。舍利弗、如我今者，稱讚諸佛不可思議功德，而作是言：釋迦牟尼佛，能為甚難希有之事，能於娑婆國土五濁惡世：劫濁，見濁，煩惱濁，眾生濁，命濁中，得阿耨多羅三藐三菩提，為諸眾生，說是一切世間難信之法。舍利弗、當知、我於五濁惡世，行此難事，得阿耨多羅三藐三菩提，為一切世間，說此難信之法，是為甚難。佛說此經已，舍利弗及諸比丘，一切世間、天，人，阿修羅等聞佛所說，歡喜信受，作禮而去。

阿彌陀經終．

（往生決定真言）南無阿彌多婆夜哆，他伽跢，夜哆姪，夜他阿彌唎，都婆毗，阿彌唎哆，悉耽婆毗，阿彌唎哆，毗迦蘭帝，阿彌唎哆，毗迦蘭哆，伽彌膩，伽伽那，枳哆迦隸，娑婆訶．

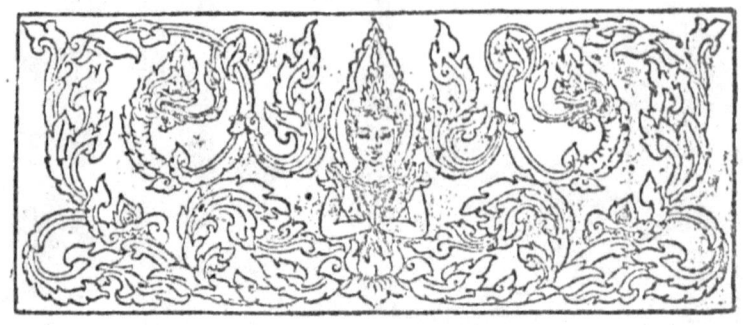

A-DI-ĐÀ KINH

Bổn dịch quốc-văn

của ĐOÀN-TRUNG-CÒN

Bổn A-Di-Đà-Kinh nầy tôi dịch ra quốc văn một cách dễ hiểu. Tôi đã dò ba bổn làm tài liệu : bổn chữ Nho của ông Cưu-ma-la-thập, bổn chữ Pháp dịch theo chữ Phạn và bổn chữ Pháp dịch theo chữ Nho. Mong rằng quyển kinh nầy sẽ được tiện lợi cho quí vị vừa tu vừa học!

Ta có nghe như vầy (*lời đức A-Nan thuật lại*): Lúc ấy, Phật ngự trong vườn Kỳ-thọ Cấp-Cô-Độc thuộc về nước Xá-Vệ, với chư đại Tì-kheo, tất cả là 1.250 vị. Thảy đều là bực đại A-la-hán mà ai cũng đều biết, như là : Trưởng-lão Xá-lị-Phất, Ma-ha Mục-kiện-Liên, Ma-ha Ca-Diếp, Ma-ha Ca-Chiên-Diên, Ma-ha Cu-hy-la, Ly-bà-đa, Châu-lị bàn-đà-dá, Nan-đà, A-nan-đà, La-hầu-la, Kiều-phạm-ba-đề, Tân-đầu-lư-phả-la-đọa, Ca-lưu-đà-di, Ma-ha Kiếp-tân-na, Bạc-câu-la, A-nậu-lầu-đà, đó là các hàng đệ-tử lớn. Lại cũng có chư Bồ-tát Ma-ha-tát, như : Văn-thù sư-lị Pháp-vương tử, A-dật-đa Bồ-tát, Càn-đà-ha-đề Bồ-tát, Thường-tinh-tấn Bồ-tát, đó là các hàng Bồ-tát lớn. Cũng có đức Đế-Thích, đức Phạm-Thiên với vô-lượng chư Tiên, chư Thần, chư Quỉ và loài Người, tức là tất cả các hàng chúng-sanh tựu đến nghe.

Lúc ấy, Phật phán với Trưởng-lão Xá-lị-Phất rằng: Bắt từ đây mà đi về hướng Tây trên mười vạn ức cõi Phật, có một cõi thế-giới kêu là Cực-lạc. Ở cõi ấy, có đức Phật hiệu A-Di-Đà, ngài đương thuyết pháp ở đó.

Nầy Xá-lị-Phất ơi, tại sao cõi ấy gọi là Cực-lạc? Ở tại cõi ấy, tất cả chúng-sanh đều không có sự khổ, toàn hưởng các sự vui sướng, nên kêu là Cực-lạc.

Nầy nữa Xá-lị-Phất ơi, ở cõi Cực-lạc, có bảy lớp lan-can, có bảy lớp lưới bao phủ và bảy hàng cây sống, tất cả đều có bốn vật báu (1) cẩn bọc chung-quanh, xem ra rất đẹp, cho nên kêu là Cực-lạc.

Nầy nữa Xá-lị-Phất ơi, ở cõi Cực-lạc, có ao bằng bảy vật báu, phía trong chứa đầy một thứ nước có đủ tám công-đức (2). Dưới đáy ao thấy toàn những cát bằng vàng. Bốn phía ao đều có những bực thang xây đắp bằng vàng, bạc, lưu ly, pha lê hiệp lại với nhau. Phía trên ao lại có những lầu các thảy bằng vàng, bạc, lưu ly, pha lê, xa cừ, xích-châu, mã não, chưng dọn hết sức trang nghiêm, lộng lẫy. Giữa ao, có những hoa sen, lớn như bánh xe; hoa xanh thì hào-quang xanh, hoa vàng thì hào-quang vàng, hoa đỏ thì hào-quang đỏ, hoa trắng thì hào-quang trắng; mùi thơm rất êm dịu và tinh khiết.

Nầy Xá-lị-Phất ơi, ở cõi Cực-lạc có đầy đủ những sự công-đức và trang-nghiêm như thế.

Nầy nữa Xá-lị-Phất ơi, ở cõi Phật ấy, thường trỗi nhạc tiên. Trên mặt đất đều là vàng ròng. Ngày đêm sáu thời, hằng có những hoa tiên Mạn-đà-la đổ xuống như mưa. Trời vừa rạng sáng, chúng-sanh ở cõi ấy đi

(1) Vàng, bạc, lưu-ly, pha-lê.

(2) Nước tám công-đức: 1° lặng lẽ và sạch sẽ; 2° trong và mát, 3° ngon ngọt; 4° nhẹ nhàng; 5° đượm nhuần; 6° êm đềm hòa hưỡn; 7° uống vào hết đói khát; 8° bồ khoẻ thân thể và tâm thần.

lượm hoa, để
vào dĩa và đem
đi cúng dường
cả chục vạn ức
đức Phật ở
Thập-phương.
Đến giờ ăn,
những chúng-
sanh ấy trở về
dùng cơm, rồi
đi kinh - hành
nhập định.

Nầy Xá-lị-Phất
ơi, ở cõi Cực-lạc
có đầy đủ những
sự công-đức và
trang - nghiêm
như thế.

Lại còn nữa
Xá-lị-Phất ơi,
ở cõi ấy, thường
có chẳng biết
bao nhiêu là
loài chim tốt
đẹp lạ lùng và
đủ màu đủ sắc,
như: bạch-hạc,
khổng - tước,
anh - võ, xá - lị,

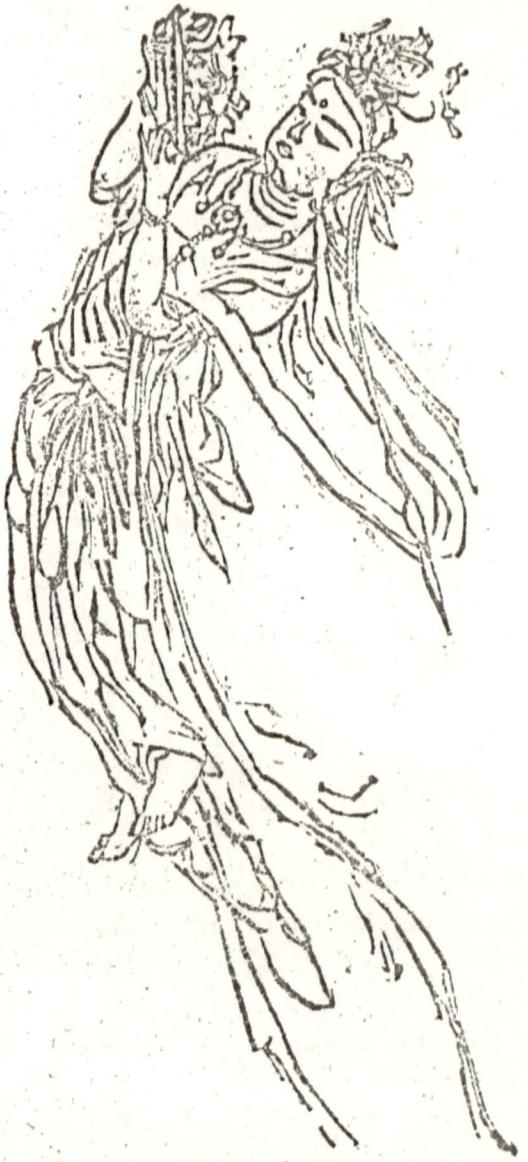

Bồ-tát đem hoa đi cúng Phật

ca-lăng - tần - dà, cọng-mạng. Ngày đêm sáu thời,
những loài chim ấy kêu ra tiếng diệu hòa và
thanh nhã. Tiếng chim ấy ca ngâm những bài thuyết-
pháp như giảng về ngũ-căn, ngũ-lực, bảy phần Bồ-đề

và tám đường thành-đạo (1). Chúng-sanh ở cõi ấy nghe tiếng chim kêu thì đem lòng niệm Phật, niệm Pháp, niệm Tăng.

Nầy Xá-lị-Phất ơi, ngươi chớ nói rằng những chim ấy sanh ra là do bởi tội-báo. Tại sao vậy? Vì ở cõi Phật ấy, không có ba đường ác-đạo đâu (2).

Nầy Xá-lị-Phất ơi, ở cõi Phật ấy, cái tiếng ác-đạo người-ta còn không biết thay, hà huống là có thật! Những chim ấy là do sức linh của đức Phật A-Di-Đà biến hóa ra để lưu thông tiếng pháp khắp trong nước của ngài.

Nầy Xá-lị-Phất ơi, ở cõi Phật ấy, hễ gió thổi lay động những hàng cây báu và những hàng lưới báu thì nghe có tiếng êm diệu vô-cùng, dường như là trăm ngàn món nhạc đồng hòa với nhau một lượt. Nghe tiếng ấy, tự nhiên trong lòng bắt niệm Phật, niệm Pháp, niệm Tăng.

Nầy Xá-lị-Phất ơi, ở cõi Phật ấy, có đầy đủ những sự công-đức và trang-nghiêm như thế.

Nầy Xá-lị-Phất ơi, ý ngươi thế nào? Tại sao đức Phật ấy hiệu là A-Di-Đà? Nầy Xá-lị-Phất ơi, đức Phật ấy hào-quang sáng suốt vô-lượng, chiếu ra các cõi ở Thập-phương mà không bị món gì che ngăn, vì vậy nên hiệu ngài là A-Di-Đà.

---

(1) Ngũ-căn : 1· tín căn, 2 tấn căn, 3· niệm căn, 4· định căn, 5· huệ căn.

Ngũ-lực : 1· Tín lực, 2· tấn lực, 3· niệm lực, 4 định lực, 5 huệ lực.

Bảy phần Bồ-đề: 1· niệm lực (ý), 2· phân biệt pháp lý, 3· đồng-lực, 4· hỉ lạc, 5· yên tịnh, 6· thiền-định, 7· lặng lẽ nghiêm chỉnh.

Tám đường thành-đạo : 1. Chánh tri kiến, 2. Chánh tư duy, 3. Chánh ngữ, 4. Chánh nghiệp, 5. Chánh mạng 6. Chánh tinh-tấn, 7. Chánh niệm, 8 Chánh định.

(2) Ba đường luân-hồi vì tội báo : địa-ngục, ngạ-quỉ, súc-sanh.

Nầy nữa Xá-lị-Phất ơi, dời sống của đức Phật ấy với của nhơn-dân trong nước ngài, thật là vô-lượng, vô-biên, lấy cả triệu ức Kiếp(1) mà độ cũng không cùng. Vì vậy nên gọi ngài là Phật A-Di-Đà.

Nầy Xá-lị-Phất ơi, đức A-Di-Đà thành Phật cho đến nay đã được mười Kiếp rồi.

Nầy Xá-lị-Phất ơi, đức Phật ấy có đệ-tử theo nghe pháp với ngài nhiều đến không thể lượng, không thể biên, thảy đều là A-la-hán, không biết số bao nhiêu mà kể. Chư Bồ-tát theo ngài cũng đông như vậy.

Nầy Xá-lị-Phất ơi, ở cõi Phật ấy có đầy đủ những sự công-đức và trang-nghiêm như thế.

Nầy nữa Xá-lị-Phất ơi, những chúng-sanh được sanh về cõi Cực-lạc thì không còn đáo trở lui nữa. Có lắm vị sanh về đó một lần thì được đi làm Phật ở một cõi khác. Số nầy rất nhiều, không thể kể hết, duy có lấy số vô-lượng, vô-biên, A-tăng-kỳ mà gọi thôi.

Nầy Xá-lị-Phất ơi, những chúng-sanh nghe ta thuyết pháp đây nên phát tâm cầu nguyện để sanh về cõi ấy. Tại sao vậy? Là vì nếu sanh về cõi ấy thì được chung cùng một xứ với các vị thiện-nhơn cao thượng (mà ta mới kể trên).

Nầy Xá-lị-Phất ơi, nếu ít căn lành, phước-đức nhơn-duyên thì không thể sanh về cõi ấy.

Nầy Xá-lị-Phất ơi, nếu có những người thiện-nam, thiện-nữ nào, nghe ta giảng về Phật A-Di-Đà mà trì niệm danh hiệu ngài hoặc một ngày, hoặc hai ngày, hoặc ba

(1) Một Kiếp có cả chục triệu năm. Kiếp nhỏ 16.800.000 năm. Kiếp trung có 20 Kiếp nhỏ, Kiếp lớn có 4 Kiếp trung.

ngày, hoặc bốn ngày, hoặc năm ngày, hoặc sáu ngày, hoặc bảy ngày, mà tâm không xao lãng, cứ chuyên cần mà niệm, xưng danh ngài, thì đối với những người ấy, các tội đều tiêu diệt, tức đắc được nhiều căn lành, phước-đức nhơn-duyên, và đến lúc lâm-chung thì có đức Phật A-Di-Đà với chư Thánh hiện lại trước mặt mình. Những người ấy lúc lâm-chung tâm không điên đảo, tức thời được vãng sanh về cõi Cực-lạc của đức Phật A-Di-Đà.

Nầy Xá-lị-Phất ơi, vì thấy sự lợi ích dường ấy, nên ta mới thuyết ra như vậy. Nếu có những chúng-sanh nào nghe ta thuyết ra đây, nên phát tâm cầu nguyện để sanh về cõi ấy.

Nầy Xá-lị-Phất ơi, cũng như nay ta khen tán đức Phật A-Di-Đà là bất khả tư nghị công-đức,

Thì ở các cõi phương Đông có chư Phật như : A-Súc-Bệ Phật, Tu-Di-Tướng Phật, Đại Tu-Di Phật, Tu-Di-Quang Phật, Diệu-Âm Phật v. v. ; thật là Hằng-hà sa số chư Phật, mỗi ngài đều ở nơi cõi mình, đưa lưỡi dài rộng ra bao trùm tất cả Tam-thiên Đại-thiên thế-giái, phán ra mấy lời thành thật nầy : « Ở các hạng chúng-sanh, các ngươi nên tin và xưng tán bài Kinh bất khả tư nghị công-đức mà tất cả chư Phật đều ủng hộ, các ngài vừa ủng hộ bài Kinh ấy vừa ban lành cho các ngươi. »

Nầy Xá-lị-Phất ơi, ở các cõi phương Nam, có chư Phật như Nhựt-Nguyệt-Đăng Phật, Danh-Văn-Quang Phật, Đại-Diệm-Kiên Phật, Tu-Di-Đăng Phật, Vô-Lượng-Tinh-tấn Phật v. v. ; thật là Hằng-hà sa số chư Phật, mỗi ngài đều ở nơi cõi mình, đưa lưỡi dài rộng ra bao trùm tất cả Tam-thiên đại-thiên thế-giái, phán ra mấy lời thành thật nầy : « Ở các hạng chúng-sanh, các ngươi nên tin và xưng tán bài Kinh bất khả tư nghị công-đức mà tất cả chư Phật đều ủng-hộ, các ngài vừa ủng hộ bài Kinh ấy vừa ban lành cho các ngươi ».

Nầy Xá-lị-Phất ơi, ở các cõi phương Tây, có chư Phật như Vô-Lượng-Thọ Phật, Vô-Lượng-Tướng Phật, Vô-Lượng-Tràng Phật, Đại-Quang Phật, Đại-Minh Bảo-Tướng Phật, Tịnh-Quang Phật v. v.; thật là Hằng-hà sa số chư Phật, mỗi ngài đều ở nơi cõi mình đưa lưỡi dài rộng ra bao trùm tất cả Tam-thiên đại-thiên thế-giái, phán ra mấy lời thành thật nầy: « Ở các hạng chúng-sanh, các ngươi nên tin và xưng tán bài Kinh bất khả tư nghị công-đức mà tất cả chư Phật đều ủng hộ, các ngài vừa ủng hộ bài Kinh ấy vừa ban lành cho các ngươi ».

Nầy Xá-lị-Phất ơi, ở các cõi phương Bắc, có chư Phật, như Diệm-Kiên Phật, Tối-Thắng-Âm Phật, Nan-Trở Phật, Nhựt-Sanh Phật, Võng-Minh Phật v. v.; thật là Hằng-hà sa số chư Phật, mỗi ngài đều ở nơi cõi mình, đưa lưỡi dài rộng ra bao trùm tất cả Tam-thiên đại-thiên thế-giái, phán ra mấy lời thành thật nầy: « Ở các hạng chúng-sanh, các ngươi nên tin và xưng tán bài kinh bất khả tư nghị công-đức mà tất cả chư Phật đều ủng hộ, các ngài vừa ủng hộ bài Kinh ấy vừa ban lành cho các ngươi ».

Nầy Xá-lị-Phất ơi, ở các cõi phương Hạ, có chư Phật như Sư-Tử Phật, Danh-Văn Phật, Danh-Quang Phật, Đạt-Ma Phật, Pháp-Tràng Phật, Tri-Pháp Phật v. v.; thật là Hằng-hà sa số chư Phật, mỗi ngài đều ở nơi cõi mình, đưa lưỡi dài rộng ra bao trùm tất cả Tam-thiên đại-thiên thế-giái, phán ra mấy lời thành thật nầy: « Ở các hạng chúng-sanh, các ngươi nên tin và xưng tán bài Kinh bất khả tư nghị công đức mà tất cả chư Phật đều ủng hộ, các ngài vừa ủng hộ bài Kinh ấy vừa ban lành cho các ngươi ».

Nầy Xá-lị-Phất ơi, ở các cõi phương Thượng, có chư Phật như Phạm-Âm Phật, Tú-Vương Phật, Hương-Thượng Phật, Hương-Quang Phật, Đại-Diệm-Kiên Phật, Tạp-Sắc-Bảo-Hoa-Nghiêm-Thân-Phật, Ta-La-Thọ-Vương Phật, Bảo-Hoa-Đức Phật, Kiện-Nhứt-Thiết-Nghĩa Phật, Như-Tu-Di-Sơn Phật v.v.; thật là Hằng-hà sa số chư Phật, mỗi ngài đều ở nơi cõi mình, đưa lưỡi dài rộng ra bao trùm tất cả Tam-thiên đại-thiên thế-giái, phán ra mấy lời thành thật này: « Ở các hạng chúng-sanh, các ngươi nên tin và xưng tán bài Kinh bất khả tư nghị công-đức mà tất cả chư Phật đều ủng hộ, các ngài vừa ủng hộ bài Kinh ấy vừa ban lành cho các ngươi.»

Nầy Xá-lị-Phất ơi, ý ngươi thế nào? Tại làm sao bài Kinh này kêu là bài Kinh được tất cả chư Phật ủng hộ? Nầy Xá-lị-Phất ơi, là vì nếu có những thiện-nam, thiện-nữ nào nghe Kinh này, tức là nghe tên Phật A-Di-Đà mà thọ trì, và cũng nghe luôn danh-hiệu chư Phật khác, thì những thiện-nam, thiện-nữ ấy được tất cả chư Phật ủng hộ, bèn đắc được mối đạo bất thối chuyển đối với quả Chánh-đẳng Chánh-giác.

Nầy Xá-lị-Phất ơi, vậy các ngươi thảy thảy đều nên tin theo lời ta và tin theo lời giải thuyết của chư Phật.

Nầy Xá-lị-Phất ơi, như có những người nào trước đã phát nguyện, nay vừa phát nguyện, hoặc sau này sẽ phát nguyện để sanh về cõi của Phật A-Di-Đà, thì những người ấy đều đắc được mối đạo bất thối chuyển đối với quả Chánh-đẳng Chánh-giác, hoặc họ đã sanh về cõi của Phật A-Di-Đà rồi, hoặc nay họ vừa sanh, hoặc sau này họ sẽ sanh.

Nầy Xá-lị-Phất ơi, vậy những thiện-nam, thiện-nữ nếu có đem lòng tin thì hãy phát tâm cầu nguyện để sanh về cõi ấy.

Nầy Xá-lị-Phất ơi, như nay ta xưng tán chư Phật là bất khả tư-nghị công-đức, thì tất cả chư Phật khác cũng đều xưng tán ta là bất khả tư nghị công-đức. Các ngài phán ra mấy lời nầy : « Đức Phật Thích-Ca-Mưu-Ni thường làm những việc rất khó và ít có, tuy ở nơi cõi Ta-bà là cõi ác dẫy đầy năm thứ trược như: Kỳ-kiếp-trược, sở kiến trược, sự mê dục trược, chúng-sanh trược, mạng sống trược, thế mà ngài đắc quả Chánh-Đẳng Chánh-Giác và vì chúng-sanh nên thuyết ra pháp-môn (Tịnh-độ) nầy là một pháp-môn rất khó tin hơn hết ở trong các cõi thế. »

Nầy Xá-lị-Phất ngươi hãy biết cho, ta ở cõi thế ác lụy đầy năm thứ trược mà ta thi hành những sự khó, ta đắc quả Chánh-Đẳng Chánh-Giác, ta vì chúng-sanh nên thuyết ra cái pháp-môn khó tin nầy, thật là một đều rất khó lắm thay !

Khi Phật thuyết bài Kinh nầy xong, đại-đức Xá-lị-Phất với chư Tì-kheo, chư Bồ-Tát, chư Tiên, chư Thần, v.v.; tất cả các hàng chúng-sanh trong cõi thế tựu lại dự nghe, đều lấy làm hoan hỉ và tin chịu, đồng làm lễ Phật và lui về.

CHUNG

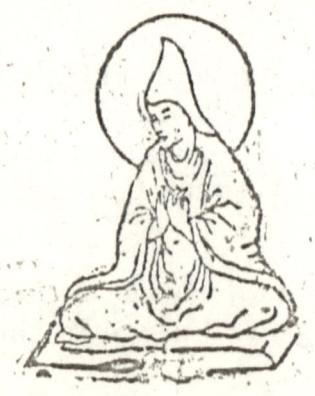

NHỮNG KINH SÁCH
RẺ TIỀN

Muốn tiện giúp vào cuộc tu-học của người trong quốc-độ ta, bổn-quán có in ra những quyển sách nho nhỏ, rẻ tiền, từ 0$10, 0$20 cho đến 0$50. Những quyển ấy trích ra những lời vàng tiếng ngọc của đức Phật, những phương-tiện tu hành để cho những bực lao động và khiếm khuyết tài-chánh có thể thỉnh xem. Mấy quyển kinh nầy hoặc đã có chư vị Đại-đức giáo chánh trước, hoặc đã do bổn-quán chủ-nhiệm kiểm điểm qua, cho nên nghĩa lý đều được vừa vặn, phân minh, chư thiện tín có thể tin theo vậy.

Hiện nay bổn-quán đã in và đương in những quyển nầy:

1° A-DI-ĐÀ-Kinh . . . . 0$25
        (ba bổn : âm Quốc-ngữ, chữ Nho, Quốc-văn).

2° Sự tích Phật A-Di-Đà. . . . . 0$20

3° Bốn mươi tám lời nguyện của đức Phật A-DI-ĐÀ.
                                                   0$12

4° Khuyến tu Tịnh-độ.

5° Sách nấu đồ chay. . . . . 0$30

6° Phật Pháp vỡ lòng . . . . 0$20

7° Hồng-danh bảo Sám, Vu-lan-bồn Kinh.
        (ba bổn : âm Quốc-ngữ, chữ Nho, Quốc-văn)

8° Phổ-Môn (cũng ba bổn đóng chung).

9° Thành đạo (Cuộc đời thanh tịnh từ khi xuất-gia đến
           lúc Đắc Đạo, nhờ hành đạo Bát-chánh).

Đó là những quyển mà bổn-quán cho in trong năm nay, 1911. Rồi đây bổn-quán sẽ còn in nhiều thêm nữa, toàn là kinh sách giúp ích trong cuộc tấn-hóa về đạo-đức.

Mong rằng quí ngài trì kinh sẽ đắc tâm thanh tịnh, đủ đầy phước đức, nhơn-duyên !

ĐOÀN-TRUNG-CÒN

www.ingramcontent.com/pod-product-compliance
Lightning Source LLC
Chambersburg PA
CBHW030739180526
45157CB00008BA/3239